"የሳራ አን ፎይ ሊንዚ ጥቁር ካውቦዮች"
ቻርልስ ሄንሪ
ፕሪቸር ቦይ
አባቴን በመፈለግ ያደረግሁት ረጅም ጉዞ

ጥቁር ካውቦዮች፡ አባቴን በመፈለግ ያደረግሁት ረጅም ጉዞ
የመብት ማስጠንቀቂያ

የእንግሊዝኛ ISBN: 979-8-9955657-9-6
የአማርኛ ISBN: 979-8-9955657-3-4
የፈረንሳይኛ ISBN: 979-8-9955657-1-0

የአሜሪካ ቤተ-መጻሕፍት ኮንግረስ (Library of Congress) መቆጣጠሪያ ቁጥር: 2026914095

የመጀመሪያ ሕትመት ቀን: 2001 ዓ.ም.

የመልሶ ማቋቋምና የማህደር ጥበቃ (Restoration & Archival Preservation):
ሾን አለማየሁ ቴዎድሮስ ጊዮርጊስ

የሕትመት ማህተም (Publishing Imprint): ጆርጅ ዋሽንግተን ኪንግ ጊዮርጊስ

ኢንተርጋላክቲክ አምባሳደር፣ ልዑል ፕሬዝዳንት ጊዮርጊስ

ቻምፔን፣ ኢሊኖይ የአሜሪካ ዩናይትድ ስቴትስ

ጥቁር ካውቦዮች

አባቴን በመፈለግ ያደረግሁት ረጅም ጉዞ

ደራሲ

ሳራ አን ፎይ ሊንዚ

ሥዕሎች እና አርትዖት

ሼአን አለማየሁ ቴዎድሮስ ጊዮርጊስ

(4)

ጥቁር ካውቦዮች፡
አባቴን በመፈለግ ያደረግሁት ረጅም ጉዞ

በሳራ አን ፎይ

የተመለሰና በማህደር የተጠበቀ እትም
(Restored Archival Edition)

በፍቅር መታሰቢያ

ለሳራ አን ፎይ በፍቅር መታሰቢያ

ድምፃዋ፣ ተረት አቀራረቧ እና ውርሷ በእነዚህ ገጾች ውስጥ መኖራቸውን ቀጥለዋል። ይህ የተመለሰና በማህደር የተጠበቀ እትም፣ ለዋና ሥራዋ፣ ለተረት አቀራረቧ መንፈስ፣ እና በቤተሰብ፣ በትውስታ እና በታሪክ የተሳሰሩ ትውልዶች ክብር ሲባል ተጠብቆ ቀርቧል።

(6)

ጥቁር ካውቦዮች

አባቴን በመፈለግ ያደረግሁት ረጅም ጉዞ

ምዕራፍ 1
ከሚሲሲፒ ወደ ቴክሳስ እስር ቤት

"ሄይ ቶቢ! ሁሉንም ሰው ከእንቅልፉ ከማንቃትህ በፊት መጮህህን አቁም!"

እንግዲህ ከቤቴ ተነስቼ ይህን ረጅም ጉዞ የምጀምርበት ቀን በመጨረሻ ደርሷል።

"ና ልጄ፣ ና ቶቢ፣ በጸጥታ ወደ ውጭ እንውጣ፤ ሽንት መሽናት እንዳለብህ አውቃለሁ!"

አንተን እንደምናፍቅህ አውቃለሁ፣ እናም በዚህ ጊዜ ከእኔ ጋር ልወስድህ ስላልቻልኩ ይቅርታ። ይህ ጉዞ ለወንዶች ብቻ ነው፣ እንደምታውቀውም ለአጭር ጊዜ ብቻ ነው።

ጓደኛዬ ቻርልስ ሄንሪም ለዚህ ጉዞ ዝግጁ እንደሚሆን ተስፋ አደርጋለሁ።

ለእኔ ከሁሉ ከባዱ ውሳኔ፣ ከመሄዴ በፊት ቤተሰቤን ከእንቅልፋቸው ላነቃቸው ወይስ ላላነቃቸው የሚለው ነበር። ወደ ታናሽ ወንድሜ ክፍል ሄጄ ሸፈንኩት፣ ከዚያም ወደ እናቴ ክፍል ሄጄ በግንባሯ ላይ ቀለል ያለ ሳም ሰጠኋት። ጥቂት ምግብ ይዤ ፈረሴን ጋልቤ ጓደኛዬን ቻርልስ ሄንሪን ለማምጣት ተነሳሁ።

በቤት ውስጥ የተውኋት የተጨነቀችና ልቧ የተሰበረ እናቴ ነበረች። እኛ ሦስት ልጆች ነን፣ እኔም መካከለኛው ነኝ። ታላቅ እህቴ ሳራ ከአራት ዓመታት በፊት፣ በአሥራ ሰባት ዓመቷ ተጋብታለች። ታናሽ ወንድሜ አንቶኒ ደግሞ አሥራ አራት ዓመት ነው። እሱን ከእናቴ ሚኒ ጋር ትቼው ሄድኩ።

ጓደኛዬ ቻርልስ ሄንሪ እንደ ቤተሰብ ነው፤ ከዘጠኝ ዓመታት በላይ እያወቅኩት ነው። ብዙ የሚያመሳስሉን ነገሮች አሉ። ለምሳሌ፣ አንዳንድ ጊዜ በአንድ መንገድ እናስባለን፣ ተመሳሳይ ምግቦችን እንወዳለን፣ አደን መሄድ እንወዳለን፣ እናም ሁልጊዜ ለእርስ በርሳችን እንቆማለን።

አንዳንድ ሰዎች ከዕድሜዬ በላይ እንደምሠራ ወይም እንደምመስል ይናገራሉ፤ ይህ በትክክል ምን ማለት እንደሆነ ግን አላውቅም። እኛ ልጆች አባታችን በቴክሳስ በእስረኞች የጉልበት ሥራ ቡድን (Chain Gang) ውስጥ ታስሮ ስለነበር፣ የእሱን ሥራዎችና ግዴታዎች እኛ እንሠራ ነበር።

(10)

FORT WORTH PRISON
CHAIN GANG
EARLY 1917
Prisoners in striped uniforms, chained together in leg irons, performing hard labor under the watch of guards.
Early 1917 – Fort Worth, Texas.
FORT WORTH PRISON
CITY OF FORT WORTH
PUBLIC WORKS
PRISON LABOR
ROAD CREW NO. 7
1917
FORT WORTH PRISON
NO TALKING
NO LOAFING
NO ESCAPING

ምዕራፍ 2
ፕሪቸር ቦይ እና ቻርልስ ሄንሪ

“ሄይ ፕሪቸር ቦይ፣ እዚህ ጥላ ስር ቆመን እንረፍ። ትንሽ ዕረፍት እንፈልጋለን ብዬ አስባለሁ። ቻርልስ ሄንሪ፣ ተመልሰን ወደ ቤት ለመሄድ ዝግጁ ነህ?”

“በሕይወቴ ከነበሩት ቀናት ሁሉ ይህ ከሁሉ ረጅሙ ነው፤ ግን ግማሽ መንገዱን አልፈናል ብዬ አስባለሁ።”

እኔና ጓደኛዬ ቻርልስ ሄንሪ ከሚሲሲፒ ተነስተን ሁለት ቀናት ሆኖናል። ጉዞው ምን ያህል እንደሚፈጅ ወይም ምን ያህል ደህና እንደሚሆን ምንም አላወቅንም።

አንድ ቀን አባቴን ወደ አንድ የቼይን ጋንግ (Chain Gang) የእስረኞች ካምፕ ወሰዱት። በዚያን ጊዜ ስምንት ዓመት ያህል ልጅ ነበርኩ። አንድ ቀን አንዳንድ ሰዎች ወደ ቤታችን መጡ። በሩን በጣም ጮክ ብለው እየመቱ ጮኹ።

አስታውሳለሁ፣ አባቴ እንደ ዝናብ እየዘነበ ያለ ሰው በላብ ሲጠራቀም አየሁት። አሁን ደግሞ አሥራ ስምንት ዓመት ስለሆንኩ፣ በሕይወት እንዳለ ወይም በምን ሁኔታ እንዳለ ማወቅ አለብኝ።

“ቆይ! ቆይ ቻርልስ ሄንሪ! ዋው ፈረሴ! ያንን ትልቅ አስፈሪ ነገር አየኸው? ያ ምን ዓይነት እባብ ነው? ፕሪቸር ቦይ፣ አትንቀሳቀስ!”

"እንደዚሁም በነገራችን ላይ፣ ሁሉም ሰው ፕሪቸር ቦይ ብሎ ይጠራኛል፤ ምክንያቱም አንድ ቀን ሀብታም እንደምሆንና አባቴን እንደማገኝ ሁልጊዜ ስለምናገር ነው።"

"ይህ የእኔ ነው!" አለ ቻርልስ ሄንሪ፣ ዓይኑንም ከረጅሙ አረንጓዴና ጥቁር ጭረት ካለበት ፍጥረት ሳያነሳ። ቡም!... ቡም!

"ፕሪቸር ቦይ፣ የያዝኩት ይመስለኛል! በእርግጥ መትቼዋለሁ!"

እኔና ቻርልስ ሄንሪ እባቦችን መግደልና ማደን ሁልጊዜ በአንድነት እንሠራ ነበር። ነገር ግን ያን ጊዜ በጣም ፈርቼ ነበር!

"ሄይ ፕሪቸር ቦይ፣ ዛሬ ማታ እሱን መብላት እንችላለን ብለህ ታስባለህ? በጣም ደክሞኛል፣ ተርቦኛልም፤ ሌላ አማራጭ ላይኖረን ይችላል።"

"ፕሪቸር ቦይ፣ ትንሽ የምናርፍበት ቦታ እንፈልግ። የፈረሶቻችን ጫማ በፍጥነት እንዲያልቅ አንፈልግም። ምናልባት አንጥረኛ ልንፈልግ እንችላለን። እዚያ ተመልከት፣ በትልቁ ድንጋይ አጠገብ፣ ከዛፉ ስር!"

"ቻርልስ ሄንሪ፣ እድለኞች ነን። ከቤት ብዙ ክብሪት ይዤ መጥቻለሁ፣ አባቴም አስቀምጦት ከነበረው ገንዘብ ትንሽ ወስጄአለሁ። ምናልባት እሱን ለመፈለግ የምደርስበትን ዕድሜ እየጠበቀ ይሆናል።"

"ሄይ! ሄይ! በድንጋዮቹ መካከል ጥንቸል አለ! ዛሬ ምሽት ራታችንን ማሰብ አለብን። እሱን ለመያዝ በፍጥነት መንቀሳቀስ አለብን!"

"ና ቻርልስ ሄንሪ፣ እዚያ ቁጥቋጦዎቹ ውስጥ የሆነ ነገር አይቻለሁ። ጥንቸሉ እንድንይዘው እየጠበቀን ነው ትላለህ? በፍጹም አይደለም! ምናልባት እንደ እኛው ደክሞት ይሆናል!"

"ሽሽ! ቀስ ብለህ ቻርልስ ሄንሪ፣ ጠመንጃህን አንሳ፤ አንድ ዓይንህን ጨፍነህ ተኩስ!"

ቡም!

"ዛሬ ለራት የሚሆን ነገር ያዝክ መሰለኝ!"

በኋላ ለዚያች ሌሊት አረፍን። ከየአቅጣጫው የሚመጡ ድምፆችን እንሰማ ነበር፣ እና እውነቱን ለመናገር ያቺ ሌሊት በጣም አስፈርታኝ ነበር።

ፍርሃቴን እንዳያውቅ ሞክሬ ቻርልስ ሄንሪን ጠየቅሁት።

"ቻርልስ ሄንሪ፣ እናትህንና አባትህን ታፍቃለህ?"

ቻርልስ ሄንሪ በሐዘን መለሰ፡-

"በየቀኑ፣ ፕሪቸር ቦይ። በተለይም አያቴ ስትታመም። ግን ከሁሉ የምናፍቀው ነገር ትልቁ እቅፏ እና 'አንድ ቀን ጠንካራና ጥሩ ሰው ትሆናለህ' ስትለኝ ነው።"

ፕሪቸር ቦይ ፈገግ አለና፡-

"አዎ! እኔም 'እግዚአብሔር ሆይ፣ ያ ሰው አሁን እንድሆን እርዳኝ!' ብዬ እላለሁ!"

"አስቂኝ ነህ ፕሪቸር ቦይ። አሁን በፍርሃት እየተንቀጠቀጥክ እንዳለህ አውቃለሁ! ሃ ሃ!"

የእሳታቸው ነበልባል እየቀነሰ መጣ፣ ቀደም ባሉት ሌሊቶች የተጠቀሙት ክብሪትም እያለቀ ነበር።

ቻርልስ ሄንሪ በእንቅልፍ የደከሙ ዓይኖች እየተመለከተ አለ፡-

“እኔ አሁን እተኛለሁ ፕሪቸር ቦይ። ዛሬ ሌሊት ብርድ እንደሚሆን የሚነግረኝ ነገር አለ።”

ፕሪቸር ቦይም በስምምነት አንገቱን ነቀነቀ፡-

“እኔም እንዲሁ፤ ግን በመጀመሪያ ከዚያ ቁጥቋጦ አጠገብ ሄጄ እመለሳለሁ።”

ቻርልስ ሄንሪ በጥልቅ እንቅልፍ ውስጥ እየገባ እንዲህ አለ፡-

“ፕሪቸር ቦይ፣ አንተ ከእኔ ይልቅ ጠቆር ያለ ቆዳ አለህ፤ ስለዚህ ማንም አያይህም ብለህ አትጨነቅ!”

ፕሪቸር ቦይ ሳቀና እንዲህ አለ፡-

“ሃ ሃ! አንተ ብትሄድ ነበር ችግር የሚኖርብህ፤ በጨለማ ውስጥ እንደ መብራት ታበራለህ! ሃ ሃ!”

ብዙም ሳይቆይ እነዚህ ሁለት ወጣት ጥቁር ካውቦዮች በጥልቅ እንቅልፍ ወደቁ። እሳቱ ሙሉ በሙሉ እስኪጠፋ ድረስ አንኮራፉ፣ እየተገለባበጡም እንደ ሕፃናት ተጠቅልለው ተኙ።

1916
ARKANSAS

የምዕራፍ 2 ቀጣይ ትርጉም
ፕሪቸር ቦይ እያስታወሰ እንዲህ አለ፡-

"አባቴ ያለበት እስር ቤት ሀንትስቪል (Huntsville) ተብሎ በሚጠራው ቦታ አቅራቢያ ይመስለኛል።"

ጉዟችንን ስንቀጥል ሆዴ ውስጥ የፍርሃትና የጭንቀት ቋጠሮዎች እየተፈጠሩ እንዳሉ ተሰማኝ።

"አሃ! ቻርልስ ሄንሪ፣ እኔ የማየውን አንተም ታየዋለህ? እዚያ ራቅ ብሎ ቤት የሚመስል ነገር አለ!"

"እኔም እንዲሁ አስባለሁ ፕሪቸር ቦይ፤ እናም አሁን ደግሞ ተርቦሃልና ደክሞሃል ብለህ ልትነግረኝ ነው!"

"ቻርልስ ሄንሪ፣ ከእኔ ጋር ትመጣለህ ወይስ አትመጣም?"

"አንተ የሚሰማህ እኔም ይሰማኛል፣ ልጄ! ይህ እህቴን ያስታውሰኛል። እሷ አንድ ነገር በጣም ስትፈልግ፣ 'ትሮይ አዳምስ'—ያ እውነተኛ ስሜ ነው—'አንተም እንደ እኔ ትፈልገዋለህ፤ ወይም እንደ እኔ ትፈልገዋለህ!' ትለኝ ነበር።"

"እነዚህ ሰዎች ወዳጃዊ ይሆናሉ ወይስ ራሳችንን ያስመቱናል?"

"ቻርልስ ሄንሪ፣ ከአንተ የምሰማው ሁልጊዜ ግምት ብቻ ነው? አንዳንድ ጊዜ በእርግጥ የምታውቀው ነገር የለም?"

"እሺ ፕሪቸር ቦይ፣ ጎተራ አያለሁ፣ እና ትንሽ ቤትም አለ። እዚያ ተመልከት! አንድ ውሻ ከአንዲት ልጃገረድ

ጋር አለ!”

“ቻርልስ ሄንሪ፣ አትደንግጥ። ያ ውሻ ወደ እኛ እየመጣ ነው። ፈረሶቻችንን እስካላስፈራ ድረስ ዝም ብለህ ቁም።”

“ፐሪቸር ቦይ፣ እኛ እንደምንቀበል ወይም እንደማንቀበል እስካላወቅኩ ድረስ አንድ እርምጃ እንኳ አልወስድም!”

“እሺ፣ እንግዲያው በቅርቡ እናውቃለን። እየመጣች ነው። አሁን ወንዶች መሆን አለብን!”

ልጅቷ በጸጥታና በጉጉት ወደ ሁለቱ ልጆች ቀረበችና፡-

“እናንተ ልጆች ምን እየፈለጋችሁ ነው?”

ፐሪቸር ቦይ መለሰ፡-

“እ… እ… መንገዳችንን ጠፍተናል፣ ተርበናልም። ችግር ለመፍጠር አልመጣንም። አይደል ቻርልስ ሄንሪ? በቅርቡ እንሄዳለን!”

ልጅቷም እንዲህ አለች፡-

“ልጆች፣ ወዴት እየሄዳችሁ ነው? እና ሁለታችሁም ብቻችሁን ለመጓዝ ትንሽ ወጣቶች ትመስላላችሁ።”

ቻርልስ ሄንሪ ፊቱ ቀላ ብሎ፡-

“እንዴ! እኛ እንደ ወንዶች ለአሥራ ሁለት ቀናት ፈረስ ጋልበናል፤ በሰውነታችንም አንድም የፍርሃት አጥንት የለም! ከሚሲሲፒ ተነስተን እስከ ፎርት ዎርዝ አቅራቢያ ደርሰናል፤ ይህ የወንድ ሰው ሥራ አይደለም እንዴ?”

ፕሪቸር ቦይ ወዲያው ገባና፡-

"ጓደኛዬ ብዙ እያወራ ነው። የምንበላውን የምናገኝበት ቦታ ልትነግሪን ትችያለሽ?"

ልጅቷም እንዲህ አለች፡-

"የምትመገቡበት መደበኛ ቦታ ልልካችሁ አልመክርም። በዚህ አካባቢ ያሉ አንዳንድ ሰዎች በደንብ ላይቀበሏችሁ ይችላሉ። እኔ ግን ለሁለታችሁም ምግብ አመጣላችኋለሁ። አሁን ግን ወደ ጎተራው ወስጄ ልደብቃችሁ ይገባል።"

ቻርልስ ሄንሪ ጠየቀ፡-

"እመቤት፣ ስለ ውሻሽስ? ለእኔና ለጓደኛዬ በጣም ወዳጃዊ አይመስለኝም!"

ልጅቷም አረጋገጠችው፡-

"አትጨነቁ። ዳስቲ እንደ ቤተሰብ ነው። ብዙ ጊዜ አባቴን በፈረሶቹ ሥራ ይረዳዋል። በነገራችን ላይ ኤልዛቤት ወይም ሊዝ ብላችሁ ጥሩኝ። ፍጠኑ፣ ከጎተራው ጀርባ ተከተሉኝ። እዚያ ቆዩ፤ ምግብ አመጣላችኋለሁ።"

በሩቅ አንድ ድምፅ ተሰማ፡-

"ኤልዛቤት! ኤልዛቤት!"

"ኦህ አይደለም! ያ አባቴ ነው!" አለች ኤልዛቤት በፍርሃት።

"ከዚህ ጎተራ ስወጣ ተራ እንደሆንኩ መመስል አለብኝ። አባዬ እየመጣሁ ነው! እናቴንም ለመርዳት አልዘገይም!"

ድምፁ ወደ ጎተራው እየቀረበ መጣ።

“ኤልዛቤት፣ በዚህ ጎተራ ውስጥ ምን እያደረግሽ ነው?”

“ምንም አይደለም አባዬ! ፈረሴን እያየሁ ነበር... እህ... ምንም አይደለም! እየመጣሁ ነው!”

ድምፁ በጥርጣሬ ቀጠለ፡-

“ሊዝ፣ እናትሽ ስትፈልግሽ ካልመጣሽ እንደምትጨነቅ ታውቂያለሽ። ፍጠኚ ልጄ... እህ... ያ በማዕዘኑ የሚንቀሳቀሰው ምንድን ነው? ሊዝ፣ አባትሽ ሲያናግርሽ አትሰሚም?”

“ኦ... አባዬ፣ እባክህ አትቆጣ! እባክህ ጓደኞቼን አትጉዳ!”

1916

ምዕራፍ 4

ፓፓ ፊል / ሸሪፍ አንድሩ / ምክትል ሸሪፍ ትሮይ

በመጨረሻ ድምፁ ወደ ጎተራው ገባ፤ በድምፁም ውስጥ ፍርሃትና ቁጣ ይሰማ ነበር።

“በምድር ላይ እነዚህ ልጆች በጎተራዬ ውስጥ ምን እያደረጉ ነው?”

ፕሪቸር ቦይ በፍርሃት ከተደበቀበት ወጣና፦

“ጌታዬ... እ... እ... ማስረዳት እችላለሁ፣ እባክዎ እኔንና ጓደኛዬን አይተኩሱ!”

ድምፁም በጥንቃቄ መለሰ፦

“እሺ ልጆች! እዚያው ቁሙ፤ አንድም እርምጃ አትንቀሳቀሱ!”

ኤልዛቤት ወዲያው ገብታ፦

“አባዬ፣ እባክህ ሹካህን አስቀምጥ!”

ፓፓ ፊል ግን ትዕዛዝ ሰጠ፦

“ኤልዛቤት፣ ሂድና ጠመንጃዬን አምጪ! ከዚህ በላይ የሆነ ነገር አለ ብዬ አስባለሁ። ሊዝ፣ እናትሽንም ጥሪ።

እነዚህ ልጆች ልጄን በደል አድርገውባት እንደሆነ ምስክር እንድትሆን።”

ፍርሃት በሁለቱ ልጆች ላይ ተቆጣጠረ። ቻርልስ ሄንሪ ግን ድፍረት ሰብስቦ፦

"አይደለም ጌታዬ! እኛ በመንገዳችን ላይ ነን። የጓደኛዬን አባት በእስር ቤት ለመፈለግ እየተጓዝን ነው።"

ፓፓ ፊል እንዲህ አለ፡-

"ልጆች፣ ምን እንደሆነ ከእኔ ይልቅ ሸሪፉ ይወስናል። ሸሪፉ ምን እንደሚደረግባችሁ ይወስናል።"

በዚያ ጊዜ የኤልዛቤት እናት ጠራች፡-

"ፊል፣ ውዴ፣ ደህና ነህ?"

ፓፓ ፊል መለሰ፡-

"ፓትሪሻ ሉዊዝ፣ ፈጥነሽ እርዳኝ። እነዚህን ሁለት ልጆች እዚህ እስካደርጋቸው ድረስ እሰራቸዋለሁ። ከሸሪፉ ጋር እስክነጋገር ድረስ።"

ኤልዛቤት በእንባ እየተማጸነች፡-

"አባዬ! አባዬ! ንጹሃን ናቸው! አልነኩኝም። እየተጓዙ ነበር፤ አንዱም አባቱን እየፈለገ ነው። ለመብላት ምግብ እንደምሰጣቸው ቃል ገብቼ ነበር፤ ከዚያም ይሄዱ ነበር!"

"ኤልዛቤት," አለ ፓፓ ፊል፣ "አሁን ጉዳዩ ከእጄ ወጥቷል። ነገ ጠዋት በሰረገላ ወደ ሸሪፉ እወስዳቸዋለሁ። እውነቱን እየተናገርሽ ከሆነ እኔም እምንሻለሁ። ሸሪፍ አንድሩ ግን ውሸት መስማት አይወድም።"

ከዚያም ወደ ልጆቹ ዞር፡-

"ስማችሁ ማን ነው?"

"እኔ ቻርልስ ሄንሪ ነኝ፣ ይህም ጓደኛዬ ፐሪቸር ቦይ ነው።"

ፓፓ ፊል በጉጉት፡-

"ያ ምን ዓይነት ስም ነው? አባትህ ሰባኪ ነው እንዴ?"

ፐሪቸር ቦይ በስጋት እንዲህ አለ፡-

"ጌታዬ፣ እባክዎ በልጅዎ አይቆጡ። ሁሉም ፐሪቸር ቦይ ብለው ይጠሩኛል። አባቴ እኔ ስምንት ዓመት ሳለሁ ጀምሮ በቼይን ጋንግ እስር ቤት ውስጥ ነው፤ እሱን ለማግኘት ነው የመጣሁት።"

"ልጅ፣ እስከ ነገ ጠዋት ድረስ ምንም ተጨማሪ አትናገር።"

በማግስቱ ጠዋት 9:00 ሰዓት

ፓፓ ፊል ወደ ጎተራው ሄደና፡-

"ተነሱ ልጆች! ቆሙ! ወደ ከተማ ሸሪፍ አንድሩን ለማየት እንሄዳለን።"

በዚህ ጊዜ ሁለቱም ልጆች በጣም ፈርተው ነበር። በተለይ ፐሪቸር ቦይ ይህ ጉዞ ዋጋ እንዳለው እያሰበ ነበር።

"ጌታዬ..." አለ በልመና፤

"እባክዎ ሸሪፉ እንዳያስረን። ምንም ክፉ ነገር አላደረግንም!"

"ዝም በል ልጅ። ሸሪፍ አንድሩን እስክታይ ድረስ ኃይልህን አታባክን።"

10:00 ጠዋት

ወደ ከተማ ያደረግነው ጉዞ ከሁሉ ረጅሙ መስሎን ነበር።

“ዋው ፈረሶች!” አለ ፓፓ ፊል።

“ገመዶቹን አምጡና ፈረሶቹን ከምሰሶው ጋር እሰሯቸው። ሸሪፉን አታናድዱ፣ አታክብሩትም ብላችሁ አትሞክሩ።”

“አዎን ጌታዬ!” አሉ ሁለቱም።

“እስክነግራችሁ ድረስ አትናገሩ!”

ከዚያ ወደ ሸሪፉ ቢሮ ገቡ።

“መልካም ቀን ሸሪፍ። ለእኔ ግን አይደለም። እነዚህን ሁለት ልጆች ከልጄ ጋር በጎተራው ውስጥ አግኝቻቸዋለሁ። ልጄንም እንድትዋሽ ለማሳመን ሞክረዋል!”

ሸሪፍ አንድሩ ልጆቹን ተመለከተና፡-

“እሺ ልጆች፣ ምን ትላላችሁ? ግን ከመጀመሪያ ስማችሁን ንገሩኝ። አንተ ጀምር!”

“ስሜ ፕሪቸር ቦይ ነው፣ ጓደኛዬም—”

“ልጅ! ስምህን ብቻ ጠየቅሁህ። እናትህና አባትህ የሰጡህ ስም ምንድን ነው?”

ፕሪቸር ቦይ ጉሮሮውን አጽድቶ፡-

“ጌታዬ፣ ትሮይ ጁኒየር እባላለሁ።”

“እሺ ትሮይ ጁኒየር! አንተስ?”

“እኔ ቻርልስ ሄንሪ ሶስተኛ ነኝ፣ ጌታዬ!”

“ቢያንስ አንዱ ሙሉ ስሙን ያውቃል።”

ከዚያ ወደ ፓፓ ፊል ዞሮ፡-

“ፊል፣ እነዚህ ወጣት ካውቦዮች ምን ወንጀል ፈጽመዋል?”

ፓፓ ፊል፡-

“እኔ ያወቅሁት በጎተራው ውስጥ ከልጄ ጋር መደበቃቸውን ብቻ ነው።”

ሸሪፉ ወደ ልጆቹ ተመለከተ፡-

“እውነት ነው?”

“አይደለም ጌታዬ!” አለ ፕሪቸር ቦይ።

“እባክዎ ይመኑን። እንደዚያ ያለ ነገር አላደረግንም!”

ከዚያም ሸሪፉ ጠየቀ፡-

“ከየት መጥታችሁ ወዴት እየሄዳችሁ ነው?”

ቻርልስ ሄንሪ በቅንነት፡-

“ከሚሲሲፒ እስከ ቴክሳስ ተጉዘናል። የጓደኛዬን አባት ለማግኘት። እሱ ከትንሽነቱ ጀምሮ በቼይን ጋንግ እስር

ቤት ውስጥ ነው።"

"የፊልን ልጅ ጎዳችኋት?"

"አይደለም ጌታዬ። አባቷ ሲጠራት ፈራን። ምግብ ልታመጣልን ሄዳ ነበር፤ እርሷም በጎተራው ውስጥ እንድንደበቅ ነግራን ነበር።"

ሸሪፉ ወደ ፊል ዞረ፡-

"ፊል፣ አንተ ያየኸው ይህንኑ ነው?"

"እኔ የማውቀው ኤልዛቤትን ደጋግሜ ስጠራት በጎተራው ውስጥ መሆኗን ነው። ተጠራጠርሁ፣ ስለዚህ ገባሁ፤ ድምፅም ሰማሁ።"

ሸሪፉ ወደ ልጆቹ ተመልሶ፡-

"አባትህ ያለበት እስር ቤት የት ነው?"

"ሀንትስቪል፣ ቴክሳስ ነው ጌታዬ።"

"እሺ። ምናልባት ታሪካችሁን እንደገና ትቀይሩ እንደሆነ ለማወቅ ጠየቅሁ። ምክትል ሸሪፌ እስኪመጣ ድረስ እንጠብቃለን።"

ፕሪቸር ቦይ በትህትና፡-

"ጌታዬ፣ ከረጅም ጉዞ መጥተናል፤ ተርበናልም። የዚህ ከተማ ስም ምንድን ነው?"

ሸሪፉ ፈገግ አለና፡-

“ልጆች፤ እዚህ ጥያቄ የምጠይቀው እኔ ነኝ። በሠላሳ ደቂቃ ውስጥ ወይዘሮ ቫለሪ ምሳ ለማቅረብ ትመጣለች።”

ከዚያም ወደ ፊል ተመልሶ፡-

“ፊል፤ የምትሠራው ሥራ አለ?”

ፓፓ ፊል በማመንታት፡-

“አዎን ሸሪፍ፤ ግን እኩለ ቀን ገደማ እመለሳለሁ።”

EFFINC

ኢማን ፋቅር
በኢትዮጵያ

ምዕራፍ 5
ምክትል ሸሪፍ ትሮይ ይመጣል

አሁን ሰዓቱ 12:10 እኩለ ቀን ነው፣ በፓሪስ፣ ቴክሳስ። ምክትል ሸሪፉ መጣ።

“መልካም ከሰዓት፣ ሸሪፍ።”

ምክትሉ ወደ ውይይቱ ገባና፡-

“እዚህ ነገሮች እንዴት ነበሩ?”

“እሺ ምክትል ትሮይ,” አለ ሸሪፉ ረዳት ምክትሉን ሲቀበል። “ከጉዞህ መመለስህ እንዴት ነበር? እንግዲህ፣ ከአንዳንድ ሰዎች የሰማሁት ስለ እስረኞቹ ታሪክ ምንድን ነው? ይህ ጥሩ ታሪክ ይሆናል ብዬ እሰማለሁ! ምክትል ትሮይ፣ ና፣ እነዚህን ሁለት ወጣት ጥቁር ካውቦዮች እንድታገኛቸው። ምናልባት ትንሽ አእምሮ ታስገባባቸው ወይም ታሪካቸውን ትሰማ ይሆናል።”

ምክትል ትሮይ በጉጉት፡-

“እሺ አለቃ፣ አንተ እኔ መቋቋም የማልችለውን ነገር እንደማትሰጠኝ እርግጠኛ ነኝ።”

ሸሪፉና ምክትሉ ልጆቹን ለማየት ወደ ክፍሉ ገቡ።

“ተነሱ ልጆች,” አለ ሸሪፍ አንድሩ። “እንድታገኙት የምፈልገው ሰው አለ። ምክትል ትሮይ፣ ከዚህ በምሥራቅ

በሜዶው ባር ክሪክ አካባቢ እርሻ ያለውን ጓደኛዬን ታስታውሳለህ? ስሙ ፊል ኤርቪን ነው።"

"አ አዎ," አለ ምክትል ትሮይ። "ከሁለት ዓመት በፊት ከከብት ሌቦች የተነሳ ከብቶቹን ያጣው ሰው ነው?"

"በትክክል ትሮይ! እንግዲህ ከፊል ታሪክ መሠረት፣ እነዚህ ልጆች ልጁን ኤልዛቤትን አደጋ ላይ ጥለዋት ይሆናል። ከልጁ ጋር በጎተራው ውስጥ አግኝቷቸዋል።

ሌሊቱንም እዚያ አቆይቶ ዛሬ ወደ ከተማ አመጣቸው። ትሮይ፣ ይህ በዚህ አካባቢ ለእነዚህ ጥቁር ካውቦዮች ጥሩ አይመስልም።

ፊል ኤርቪን በአንድ ሰዓት ገደማ ይመለሳል። ይህ ነገር ከዚህ እስር ቤት ውጭ እንዲወጣ አንፈቅድም። ምክትል ትሮይ፣ እኔ ትንሽ ሥራ ላይ መሄድ አለብኝ።

ቤተሰብህንም ወደ ከተማ እንደተመለስክ ማሳወቅ አትርሳ።"

ምክትል ትሮይ በጠንካራ ድምፅ ሁለቱን ልጆች መጠየቅ ጀመረ፦

"እናንተ ሁለቱ ራሳችሁን በምን ውስጥ አስገባችሁ? ይህ ለእናንተ ጥሩ አይመስልም። በዚህ አካባቢ ብቻችሁን ምን እያደረጋችሁ ነው? ልጆች፣ ከጉዞዬ ደክሞኛል፣ እና እናንተን ለመስበክ ፈቃድ የለኝም!"

ፕሪቸር ቦይ በመደንገጥ መለሰ፦

"ጌታዬ፣ ክብር ማጉደል አልፈልግም፣ ግን ቤታችን ውስጥ እኔን ስለዚህ ነው የሚጠሩኝ! ሁልጊዜ ስለ አንድ ነገር እንደምሰብክ ይላሉ፣ ስለዚህ ፕሪቸር ቦይ ይሉኛል። እውነተኛ ስሜ ትሮይ አዳም ጆንስ ነው፣ እና እኔ

የምኖረው…”

“ልጅ! በእኔ አትጫወት። ያ የፈጠርከው ስም ነው? እኔ ከባድ ነኝ!”

“አይ ጌታዬ፣ አዎ ጌታዬ! እኔም በሚሲሲፒ ነው የምኖረው!”

“ልጅ፣ ተጨማሪ አትናገር። አባትና እናት አሉህ?”

“አዎ ጌታዬ። የእናቴ ስም…”

ፕሪቸር ቦይ በምክትሉ ፊት ላይ ያለውን አገላለጽ አስተዋለና በራሱ ውስጥ አሰበ፡-

“ከጭንቅላቱ ላብ እየወረደበት እንደዚህ የተደነገጠ ፊት አይቼ አላውቅም…”

ፕሪቸር ቦይ ቀጠለ፡-

“እ… ስሟ ሚኒ ነው… አባቴም በቼይን ጋንግ እስር ውስጥ ታስሯል።”

ምክትል ትሮይ አቋረጠው፡-

“በቃ! ለአሁን ተጨማሪ አትናገር። ስለ አባትህም ለማንም አትናገር። በኋላ እናገርሃለሁ!”

በዚያ ጊዜ፣ 1:30 ከሰዓት

ፓፓ ፊል ወደ እስር ቤቱ ተመለሰ።

ምክትል ትሮይ ፕሪቸር ቦይን ወደ ሌላ ክፍል ወሰደው።

“ልጄ፣ አንድ አስፈላጊ ነገር ልነግርህ አለብኝ። ይህን የተወሳሰበ ታሪክ በምትረዳው መንገድ ለማስረዳት

እሞክራለሁ።

ልጄ፣ አንተ ትሮይ አዳምስ ጆንስ ጁኒየር ነህ። እናትህን አውቃታለሁ፣ ታናሽ ወንድምህንም፣ ታላቅ እህትህን ሳራንም አውቃቸዋለሁ።

የምትኖርበትንና የተወለድክበትን ቦታ አውቃለሁ።

አሁን በዚህ ጊዜ ወንድ መሆን እንዳለብህ አውቃለሁ፣ ይህንም መረዳት አለብህ።

አባትህ አንተ ሰባት ወይም ስምንት ዓመት ሳለህ ወደ ቴክሳስ የቼይን ጋንግ እስር ሄዶ ነበር።

ልጄ... እኔ አባትህ ነኝ። በጥሩ ጠባይ ምክንያት አምስት ዓመት ብቻ አገለገልኩ።

ልጄ፣ አሁን ሌላ ሕይወት አለኝ፣ አዲስ ቤተሰብም ጀምሬአለሁ።

እናትህንና እናንተን ልጆች ለማግኘት በጣም ፈልጌ ነበር።

ከእስር ቤት በተደረገ ስምምነት የተነሳ እንደ መተካት ሆኜ ነበር።

አሁን ሁሉንም ማስረዳት አልችልም፣ ነፃነቴን ለማግኘትም በዚህ ከተማ ውስጥ ለዚህ ሥራ ተመደብኩ።

ልጄ፣ አሁን ልናገራቸው የማልችላቸው ሌሎች ነገሮችም አሉ። ብዙ የምንነጋገርባቸው ነገሮች አሉን። ለእናትህ እንድትሰጣት ደብዳቤ ከአንተ ጋር እልካለሁ። አሁን እንሂድ፣ ጓደኛህን ቻርልስ ሄንሪን እንውሰድና ከሸሪፉ ጋር እንነጋገር።

ልጄ፣ አንድ ነገር። ወደ ሕይወታችሁ ተመልሼ ስላልመጣሁ እንዳትጠላኝ እፈልጋለሁ። እነሆ፣ ሙሉ ሰው

ሆነሃል፤ አሁን እንደ ወንድ ሰው ሆነሃል እንዴ? ሃ ሃ! አንተና ቻርልስ ሄንሪ መታጠብ ትፈልጋላችሁ። ጥሩ ምግብም ያስፈልጋችኋል!"

ፕሪቸር ቦይ ተጨማሪ መልስ ለማግኘት ተማጸነ፡-

"አባዬ፣ ይህን መጠየቅ አለብኝ። በማንኛውም ጊዜ እኛን ረስተኸን ነበር? ወይስ ልታየን አልፈለግህም?"

ምክትል ትሮይ ሊያስታርቀው ሞከረ፡-

"ልጄ፣ በፍጹም... በፍጹም እንዲህ አላሰብኩም፣ በልቤም አልነበረም፣ እናንተን ለመርሳትም አልፈለግኩም! አሁን በዚያ ላይ ስበክ፣ ፕሪቸር ሰው፤ ፈጥን ልጄ።"

"አባዬ፣ ምናልባት እዚህ መጥቼ ልረዳህ እችላለሁ። ምን ትላለህ?"

"እናንተ ልጆች ከተመገባችሁ በኋላ፣ ይህ በትክክል መነጋገር የሚገባን ነገር ይሆናል። ለቤተሰቡ ያን ያህል እዳ እንዳለብኝ ይሰማኛል። አንድ ቀን ልጄ፣ ትደግና የሕይወትን ሌላ ገጽታ ታያለህ። እግዚአብሔር ያውቃል፣ ይህን ለማስረዳት ቀላል አይደለም። ሴትዬ ሁልጊዜ ስለ አንተና በእኔ ላይ ስለተፈጠረው ነገር ታውቃለች። ከአሁን በኋላ ጀርባዬን አላዞርብህም። አሁን ከመቼውም በላይ እኔን እንደምትፈልግ ይመስለኛል። ለአንተና ለእናትህ እንዴት መተዳደር እንዳለብህ መማር አለብህ።

FRUITS & PRODUCE
FRESH
FRUIT
DAILY
POTATOES
50 LBS.

Store Clerk · 1918
Paris, Texas

CRACKERS
COFFEE
CEREAL
COLD
POP
POTATO
CHIPS
CHOCOLATE
Milk
Chocolate
CANDY

EFFINC

FORT WORTH
TEXAS
1917
U.S. ARMY SOLDIER
1917

LEVIATH
NEW YORK
PIER 16
U.S. TROOP
TRANSPORT

ምዕራፍ 6
የዚህ ታሪክ መደምደሚያ

ሸሪፍ አንድሩ ይህን ክስተት ከከተማው ሰዎች ሁሉ ደብቆ አቆየው። ሸሪፍ አንድሩና ምክትል ሸሪፍ ትሮይ በእስር ቤቱ ውስጥ የራሳቸውን ትንሽ የግል ምርመራ አደረጉ። ሁለቱም እነዚህ ልጆች ንጹሃን እንደሆኑ ተረዱ። የነገሩት ታሪክ እውነት የሆነ ይመስል ነበር።

ፕሪቸር ቦይ እና ቻርልስ ሄንሪ ከዚያ ከሰባት ቀናት በኋላ ተመለሱ። ታውቃላችሁ፣ እነዚያ ሁለት ልጆች እና ትንሹ አሌክስ ከዚያ የመጀመሪያ ረጅም ጉዞ በኋላ ብዙ ጊዜ ተመልሰው መጥተዋል።

አዎን፣ ፕሪቸር ቦይ በቤቱ ውስጥ የሚያስፈልጉ ጥገናዎችን ለማድረግ እርዳታ አገኘ፣ በመጨረሻም ሥራ አገኘ። እነሆ፣ ያ ነው እውነተኛ ካውቦይ!

ቻርልስ ሄንሪም ይህን ጉዞ ስላደረገ በጣም ደስተኛ ነበር፤ ምክንያቱም እሱም እንደ አባት የሚሆን ሰው እንዳገኘ ተሰምቶት ነበር። ለእነዚህ ሁለት ወጣት ካውቦዮች፣ በጣም ፈጥነው አደጉ።

ይህ ጉዞ በሕይወታቸው ያሳለፉትን እያንዳንዱን ደቂቃ የሚያስቆጭ አልነበረም፤ የነበሩት መራራ ስሜቶችም ቀስ በቀስ ጠፉ።

ይቀጥላል...

(52)

ቲዮን ፖሴይ በቻርልስ ሄንሪ ሚና
ፕሪቸር ቦይን በመወከል ዶሜኮ ዲን

CHAMPAIGN
ILLINOIS
CHAMPAIGN
ILLINOIS
WELCOMES YOU
FREEDOM TRAIL
HERITAGE
★ PRIDE ★

CHAMPAIGN
STOP
119
ILLINOIS

WASHINGTON
D.C.
OUR HERITAGE
OUR STRENGTH
OUR FUTURE

WASH TON

ROYAL OFFICE OF
PRINCE PRESIDENT
GIORGIS WASHINGTON
JUSTICE
KNOWLEDGE
EQUALITY
JUSTICE
LEADERSHIP ★ HERITAGE ★ SERVICE
FOR OUR PEOPLE. FOR OUR FUTURE.

THE PEN ON
WASH

እናት ሳራ አን ፎይ ሊንዚ

(ሳራ ኒውማን)

ልጆች• ትሮይ, • ሴሌና (ኤስ.ዲ.), • ሼአን

• ዴሪክ, • ፊሊፕ ,• ቻኪ, • ሪኮ, • ዶሚኮ

SARAH ANN FOY LINZY 1948 - 2024

CHILDREN'S STORY BOOK AUTHOR

2016 NEGRO COWBOYS : A LONG JOURNEY LOOKING FOR MY PAPA

SPECIAL DEDICATION

In Loving Memory of Our Beloved Son,

Rico Foy Linzy

(1989 – 1990)

Like a bright star shining briefly in the wide, open sky, you touched our hearts with love, laughter, and light. Though your time here was short, your spirit rides with us on every trail we roam.

This book is lovingly dedicated to your memory, so that every young rider who turns these pages may feel the warmth of your smile and the courage of your heart.

"In every cowboy's song, there's a guardian angel watching from the saddle."

Forever our little cowboy, forever in our hearts.

Sarah Ann Foy Linzy's
Negro Cowboys
Charles Henry
Preacher Boy
A Long Journey Looking For My Papa

Les Cow-Boys Noirs de Sarah Ann Foy Linzy
Charles Henry
Preacher Boy
Un Long Voyage à la Recherche de Mon Papa

የመጽሐፉ ምድቦች:
• የሕፃናት ታሪካዊ ልቦለድ
• የአፍሪካ-አሜሪካውያን ታሪካዊ ልቦለድ
• የቤተሰብ ቅርስ እና ታሪክ
• አነሳሽ ልቦለድ
(Inspirational Fiction)
• የምዕራባዊ ካውቦይ ታሪኮች
የአሜሪካ ቤተ-መጻሕፍት ኮንግረስ (Library of Congress) መቆጣጠሪያ ቁጥር: 2026914095
"እያንዳንዱ መንገድ አንድ ታሪክ ይነግራል፤ እያንዳንዱም ቤተሰብ ከኋላቸው ለሚመጡት የእግር አሻራ ይተዋል።"
ቻርልስ ሄንሪ እና ፐሪቸር ቦይ የተባሉ ሁለት ወንድማማቾች በፈረሶች፣ በቤተሰብ ባህሎች እና በጥቁር ካውቦዮች ኩሩ ቅርስ ውስጥ ያድጋሉ። በልጅነታቸው ጀብዱዎች እና በሕይወት ትምህርቶች መካከል ሲጓዙ፣ የእምነት፣ የትጋት እና የቤተሰብ ፍቅር እውነተኛ ዋጋ እንዳለው ይማራሉ።
በእውነተኛ የቤተሰብ ትዝታዎች የተነሳሳ ይህ በውብ ሥዕሎች የታጀበ ታሪክ፣ ለብዙ ትውልዶች ቤተሰብን የቀረጹትን ሰዎችና ታሪኮች ፍለጋ በማክበር የሚያቀርብ ልዩ የቅርስ ማስታወሻ ነው።

www.ingramcontent.com/pod-product-compliance
Lightning Source LLC
LaVergne TN
LVRC101256011026
849162LV00013BA/1867

* 9 7 9 8 9 9 5 5 6 5 7 3 4 *